shule - school    2
usafiri - reis    5
usafiri - transport    8
jiji - stad    10
mazingira - landschap    14
mgahawa - restaurant    17
dukakuu - supermarkt    20
vinywaji - dranken    22
chakula - eten    23
shamba - boerderij    27
nyumba - huis    31
sebuleni - woonkamer    33
jikoni - keuken    35
bafu - badkamer    38
chumba ya mtoto - kinderkamer    42
nguo - kleding    44
ofisi - kantoor    49
uchumi - economie    51
kazi - beroepen    53
zana - gereedschap    56
ala za muziki - muziekinstrumenten    57
bustani ya wanyama - dierentuin    59
michezo - sport    62
shughuli - activiteiten    63
familia - familie    67
mwili - lichaam    68
hospitali - ziekenhuis    72
dharura - noodgeval    76
dunia - aarde    77
saa - klok    79
wiki - week    80
mwaka - jaar    81
maumbo - vormen    83
rangi - kleuren    84
kinyume - tegenstellingen    85
nambari - getallen    88
lugha - talen    90
ambao / nini / jinsi - wie / wat / hoe    91
wapi - waar    92

AF289456

Impressum
Verlag: BABADADA GmbH, Nedderfeld 112 , 22529 Hamburg
Geschäftsführer / Verlagsleitung: Harald Hof
Druck: Books on Demand GmbH, In de Tarpen 42, 22848 Norderstedt

Imprint
Publisher: BABADADA GmbH, Nedderfeld 112 , 22529 Hamburg, Germany
Managing Director / Publishing direction: Harald Hof
Print: Books on Demand GmbH, In de Tarpen 42, 22848 Norderstedt

# shule
# school

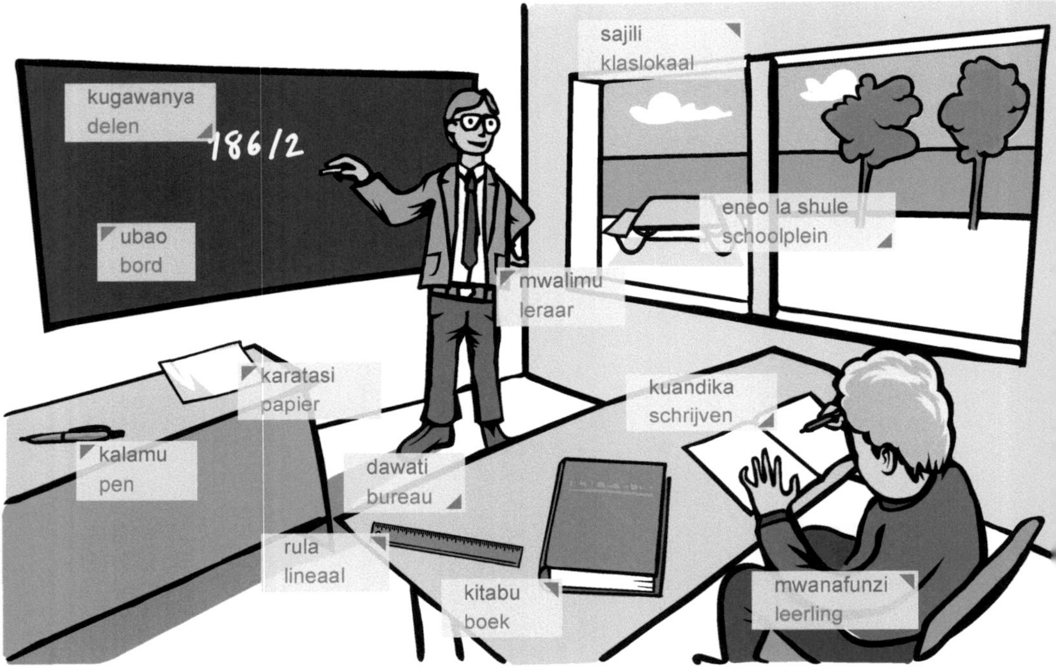

sajili
klaslokaal
kugawanya
delen
186/2
ubao
bord
eneo la shule
schoolplein
mwalimu
leraar
karatasi
papier
kuandika
schrijven
kalamu
pen
dawati
bureau
rula
lineaal
kitabu
boek
mwanafunzi
leerling


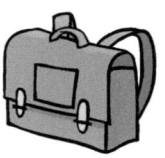

mkoba

schooltas

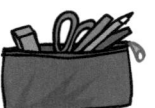

kikasha cha penseli

etui

penseli

potlood

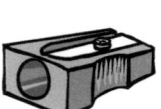

kichonga penseli

puntenslijper

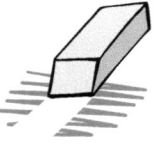

mpira

gum

pedi ya kuchora

schetsblok

uchoraji

tekening

brashi ya rangi

penseel

sanduku la rangi

verfdoos

mkasi

schaar

gundi

lijm

daftari

schrift

kazi ya nyumbani

huiswerk

**12**

nambari

getal

**2+2**

jumlisha

optellen

**5-2**

ondoa

aftrekken

**2×2**

zidisha

vermenigvuldigen

kokotoa

rekenen

**A**

barua

letter

**ABCDEFG HIJKLMN OPQRSTU VWXYZ**

alfabeti

alfabet

neno

woord

maandishi

tekst

kusoma

lezen

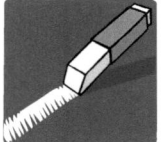

chaki

krijt

somo

les

sajili

klassenboek

uchunguzi

examen

cheti

diploma

sare za shule

schooluniform

elimu

opleiding

elezo

encyclopedie

chuo kikuu

universiteit

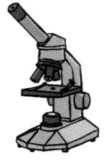

darubini

microscoop

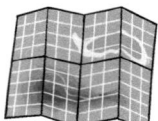

ramani

kaart

kikapu cha kuweka karatasi chafu

prullenmand

# usafiri
## reis

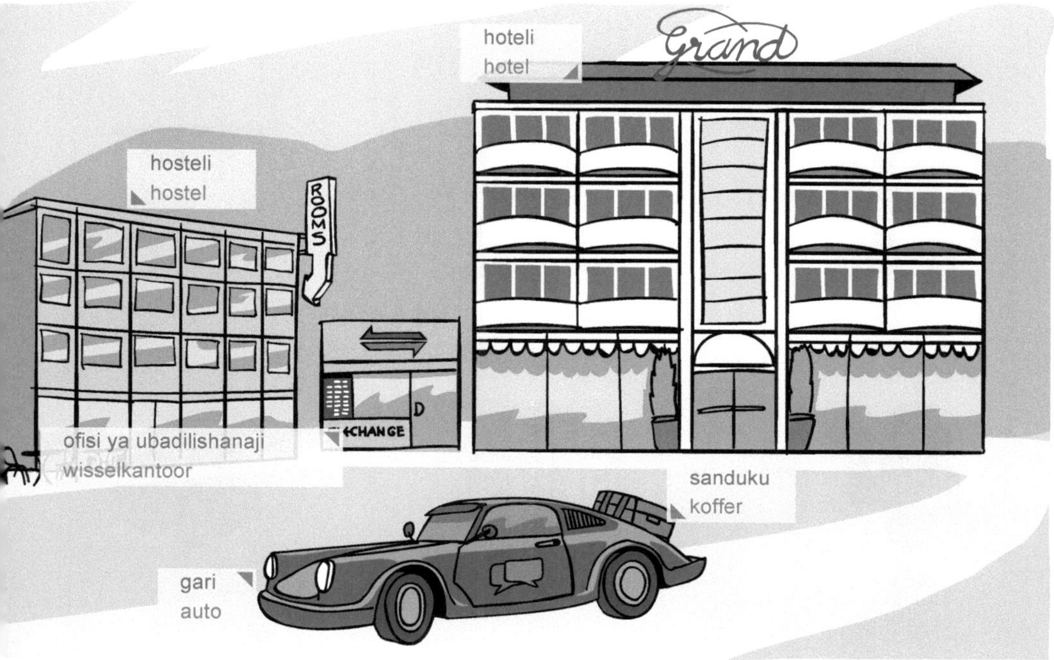
hoteli
hotel
Grand
hosteli
hostel
ROOMS
ofisi ya ubadilishanaji
wisselkantoor
EXCHANGE
sanduku
koffer
gari
auto

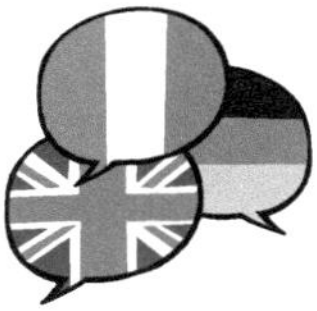

lugha

taal

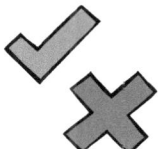

ndiyo / la

ja / nee

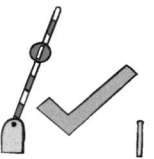

sawa

oké

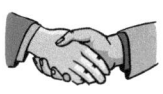

hujambo

Hallo!

mtafsiri

tolk

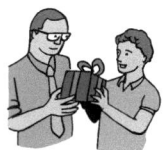

Asante

Bedankt.

kiasi gani ni ...?

Wat kost ...?

Sielewi

Ik begrijp het niet.

tatizo

probleem

Jioni njema!

Goedenavond!

Habari za asubuhi!

Goedemorgen!

Usiku mwema!

Goedenacht!

kwa heri

Tot ziens!

mwelekeo

richting

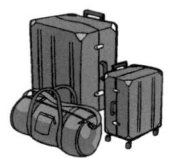

mizigo

bagage

mfuko

tas

shanta

rugzak

mgeni

gast

chumba

kamer

begi la kulalia

slaapzak

hema

tent

taarifa ya utalii

VVV-kantoor

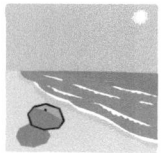

ufuo

strand

kadi

creditkaart

kifunguakinywa

ontbijt

chakula cha mchana

lunch

chakula cha jioni

diner

tiketi

kaartje

kuinua

lift

muhuri

postzegel

mpaka

grens

mila

douane

ubalozi

ambassade

visa

visum

pasipoti

paspoort

# usafiri
# transport

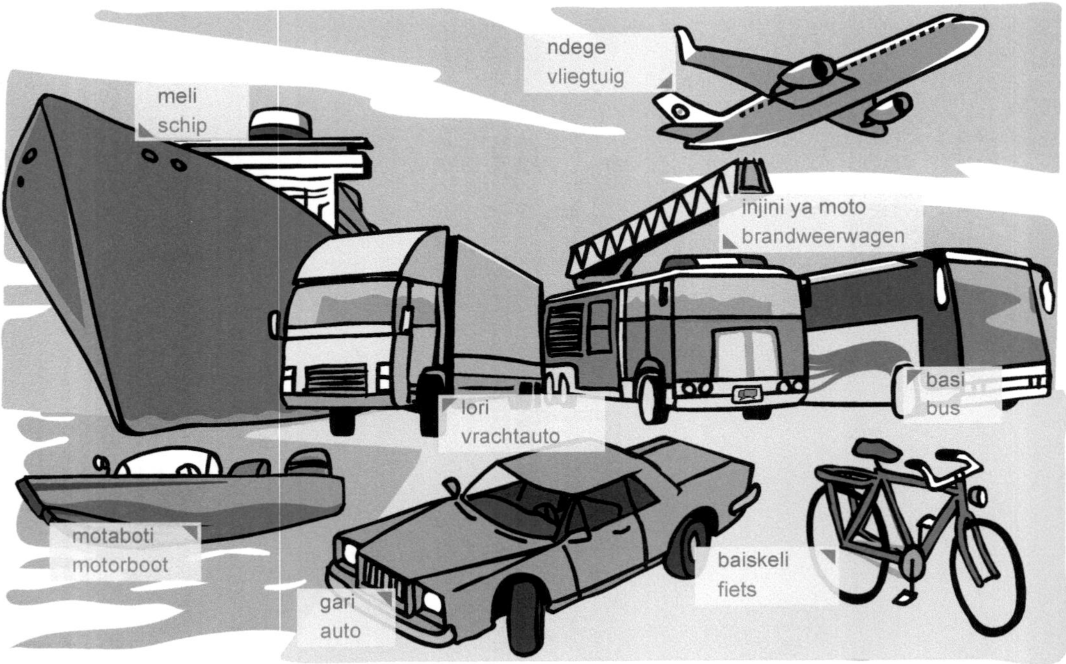

ndege
vliegtuig
meli
schip
injini ya moto
brandweerwagen
basi
bus
lori
vrachtauto
motaboti
motorboot
baiskeli
fiets
gari
auto


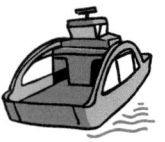

feri

veerboot

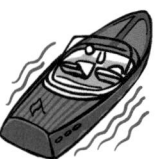

mashua

boot

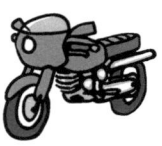

pikipiki

motorfiets

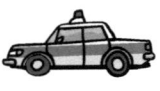

gari la polisi

politiewagen

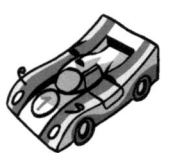

gari la mashindano

raceauto

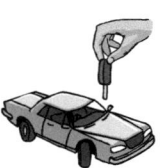

gari la kukodisha

huurauto

kushiriki gari

carsharing

lori la kuvuta

takelwagen

ukusanyaji taka

vuilniswagen

motor

motor

mafuta

benzine

kituo cha mafuta

benzinepomp

ishara trafiki

verkeersbord

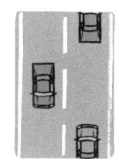

trafiki

verkeer

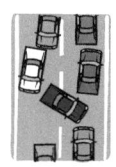

msongamano

file

maegesho

parkeerplaats

kituo cha treni

station

reli

rails

garimoshi

trein

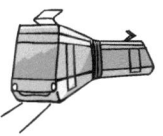

tremu

tram

gari la mizigo

wagon

helikopta

helikopter

uwanja wa ndege

luchthaven

mnara

toren

abiria

passagier

chombo

container

katoni

verhuisdoos

mkokoteni

kar

kikapu

mand

ondoka

opstijgen / landen

## jiji
## stad

kijiji

dorp

katikati ya jiji

stadscentrum

nyumba

huis

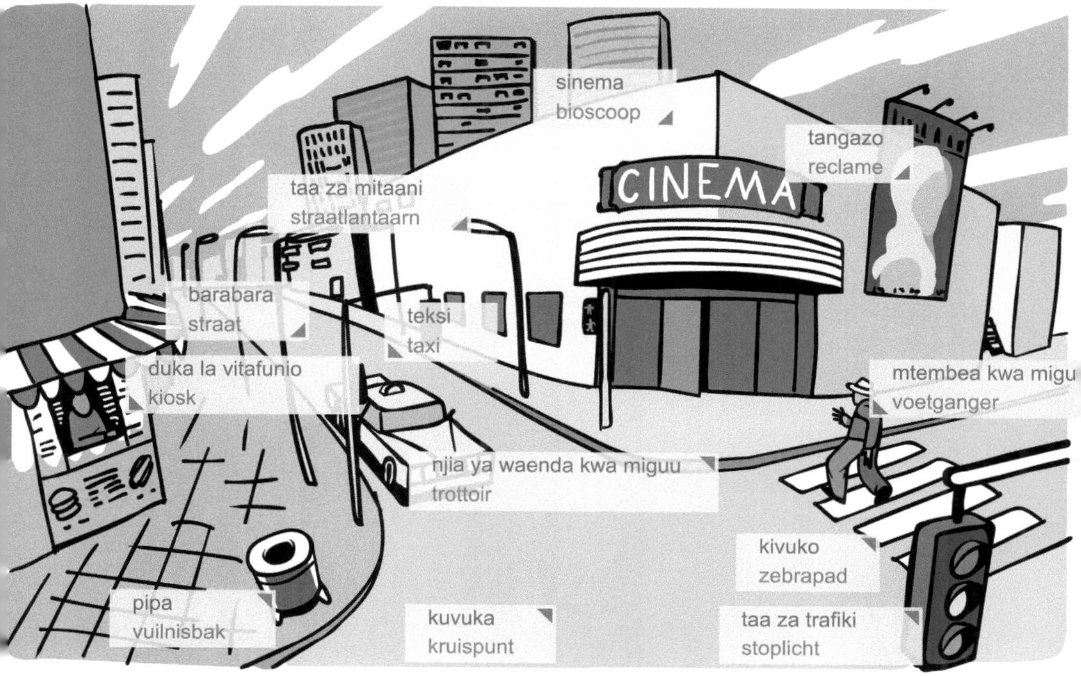

sinema
bioscoop

tangazo
reclame

taa za mitaani
straatlantaarn

CINEMA

barabara
straat

teksi
taxi

duka la vitafunio
kiosk

mtembea kwa migu
voetganger

njia ya waenda kwa miguu
trottoir

kivuko
zebrapad

pipa
vuilnisbak

kuvuka
kruispunt

taa za trafiki
stoplicht

kibanda

hut

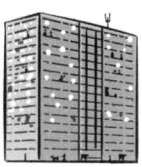

gorofa

appartement

kituo cha treni

station

ukumbi wa mji

stadhuis

Makavazi

museum

shule

school

chuo kikuu

universiteit

benki

bank

hospitali

ziekenhuis

hoteli

hotel

duka la dawa

apotheek

ofisi

kantoor

duka la kitabu

boekenwinkel

duka

winkel

duka la maua

bloemenwinkel

dukakuu

supermarkt

soko

markt

idara ya kuhifadhi

warenhuis

mwuza samaki

visboer

kituo cha ununuzi

winkelcentrum

bandari

haven

Hifadhi

park

benki

bank

daraja

brug

vidato

trap

chini ya ardhi

metro

handaki

tunnel

kituo cha mabasi

bushalte

bar

bar

mgahawa

restaurant

sanduku la posta

brievenbus

ishara ya barabara

straatnaambord

mita ya maegesho

parkeermeter

bustani ya wanyama

dierentuin

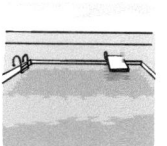

kidimbwi cha kuogelea

zwembad

msikiti

moskee

shamba
boerderij

uchafuzi
vervuiling

makaburini
begraafplaats

kanisa
kerk

uwanja wa michezo
speelplaats

hekalu
tempel

## mazingira
## landschap

jani
blad

ishara ya mwelekeo
wegwijzer

njia
weg

malisho
weide

jiwe
steen

mti
boom

mtembeaji wa masafa
wandelaar

mto
rivier

nyasi
gras

ua
bloem

bonde

vallei

kilima

berg

ziwa

meer

msitu

bos

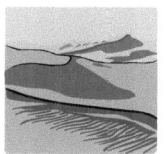

jangwa

woestijn

volkano

vulkaan

ngome

kasteel

upinde wa mvua

regenboog

uyoga

paddenstoel

mtende

palmboom

mbu

mug

kuruka

vlieg

chungu

mier

nyuki

bij

buibui

spin

mende

kever

chura

kikker

kuchakuro

eekhoorn

nungunungu

egel

sungura

haas

bundi

uil

ndege

vogel

swan

zwaan

nguruwe mwitu

wild zwijn

kulungu

hert

aina ya kongoni

eland

bwawa

stuwdam

tabo ya upepo

windmolen

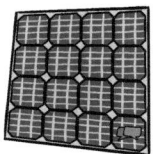

nishaji ya jua

zonnepaneel

hali ya hewa

klimaat

# mgahawa
# restaurant

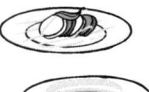

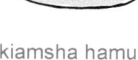

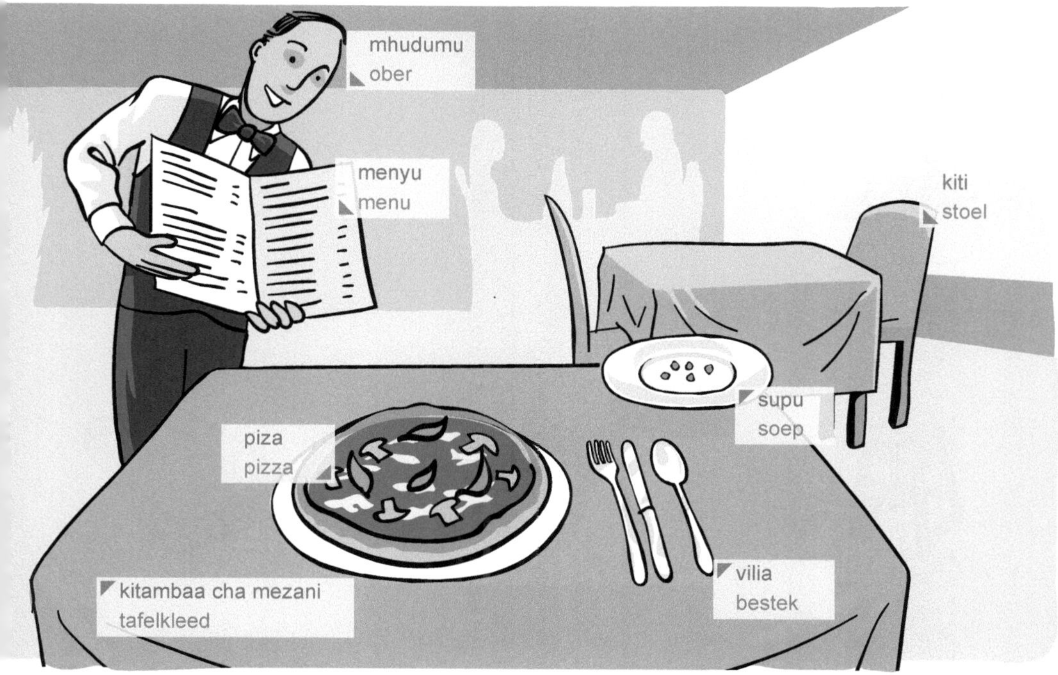
mhudumu
ober
menyu
menu
kiti
stoel
supu
soep
piza
pizza
vilia
bestek
kitambaa cha mezani
tafelkleed

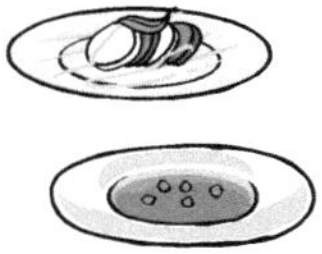

kiamsha hamu
voorgerecht

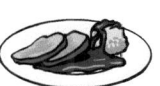

kozi kuu
hoofdgerecht

kitindamlo
toetje

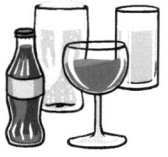

vinywaji
dranken

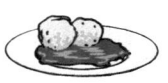

chakula
eten

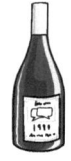

chupa
fles

chakula cha haraka

fastfood

Streetfood

eetkraampje

buli

theepot

kisanduku cha sukari

suikerpot

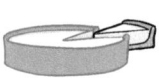

sehemu

portie

mashine ya espresso

espressomachine

kiti kirefu

kinderstoel

muswada

rekening

trei

dienblad

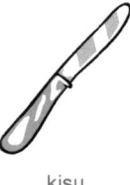

kisu

mes

uma

vork

kijiko

lepel

kijiko cha chai

theelepel

nepi

servet

glasi

glas

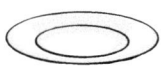

sahani

bord

sahani ya supu

soepbord

sufuria

schotel

mchuzi

saus

kichanyaji chumvi

zoutvaatje

kinu cha pilipili

pepermolen

siki

azijn

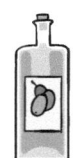

mafuta

olie

viungo

kruiden

kechapu

ketchup

haradali

mosterd

kachumbari nzito

mayonaise

# dukakuu
# supermarkt

ofa maalum
aanbieding
FOR
mteja
klant
maziwa
zuivelproducten
matunda
fruit
toroli
winkelwagen


BUTCHERS


mchinjaji

slager

BAKERY


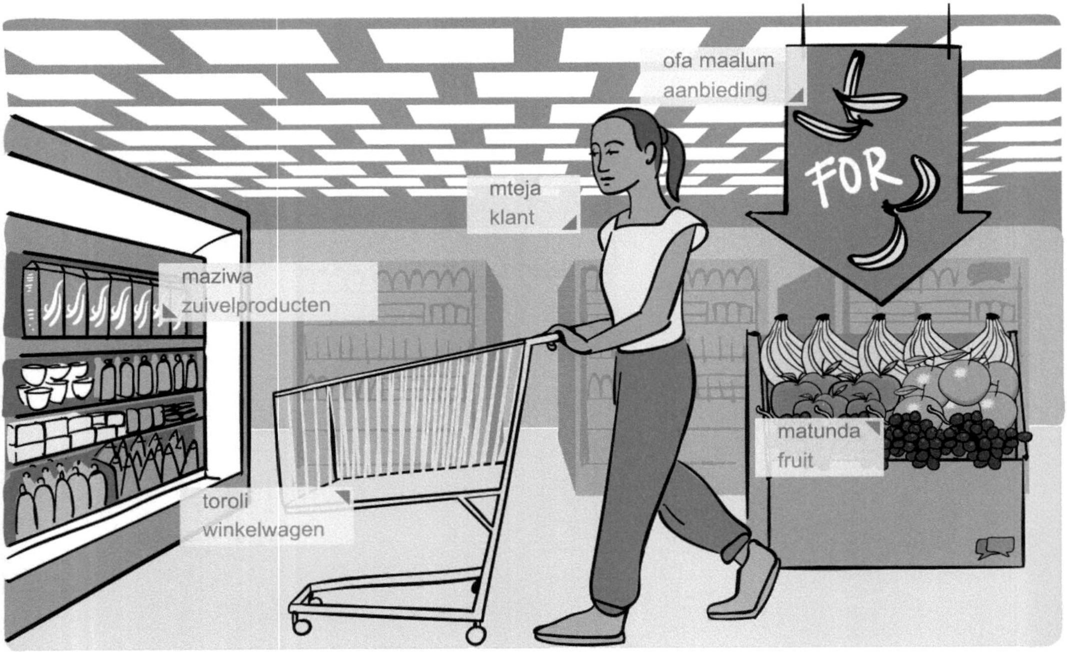

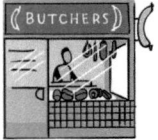

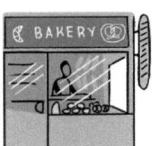

mwokaji

bakkerij

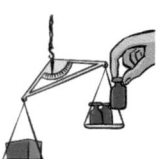

uzito

wegen

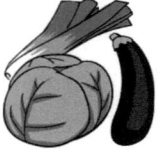

mboga

groente

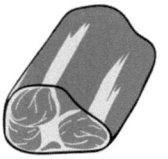

nyama

vlees

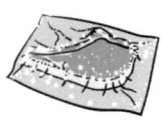

chakula waliohifadhiwa

diepvriesproducten

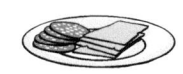

vipande vya nyama baridi

vleeswaren

chakula cha kopo

conserven

sabuni ya unga

wasmiddel

pipi

snoepgoed

bidhaa za kaya

huishoudelijke artikelen

bidhaa za kusafisha

schoonmaakmiddel

mtu mauzo

verkoopster

mpaka

kassa

keshia

kassier

orodha ya manunuzi

boodschappenlijstje

masaa ya ufunguzi

openingstijden

mkoba

portefeuille

kadi

creditkaart

mfuko

tas

mfuko wa plastiki

plastic zak

maji

water

sharubati

sap

maziwa

melk

coke

cola

mvinyo

wijn

bia

bier

pombe

alcohol

kakao

chocolademelk

chai

thee

kahawa

koffie

spreso

espresso

kapuchino

cappuccino

ndizi

banaan

tufaha

appel

machungwa

sinaasappel

tikiti

watermeloen

lemon

citroen

karoti

wortel

kitunguu saumu

knoflook

mianzi

bamboe

kitunguu

ui

uyoga

paddenstoel

karanga

noten

nudo

pasta

spageti

spaghetti

mpunga

rijst

saladi

salade

vibanzi

friet

viazi vya kukaanga

gebakken aardappelen

piza

pizza

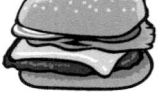

hambaga

hamburger

sandwichi

sandwich

kipande

schnitzel

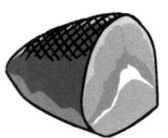

paja la mnyama

ham

salami

salami

soseji

worst

kuku

kip

choma

gebraad

samaki

vis

oats ya uji

havermout

muesli

muesli

cornflakes

cornflakes

unga

meel

kroisanti

croissant

andazi

broodjes

mkate

brood

mkate wa kubanika

toast

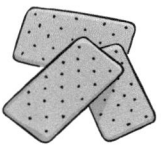

biskuti

koekjes

siagi

boter

maziwa mgando

kwark

keki

taart

yai

ei

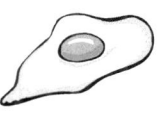

yai kukaanga

gebakken ei

jibini

kaas

aiskrimu

ijs

sukari

suiker

asali

honing

jemu

jam

kuenea kwa chokoleti

chocoladepasta

mchuzi wa viungo

kerrie

# shamba
# boerderij

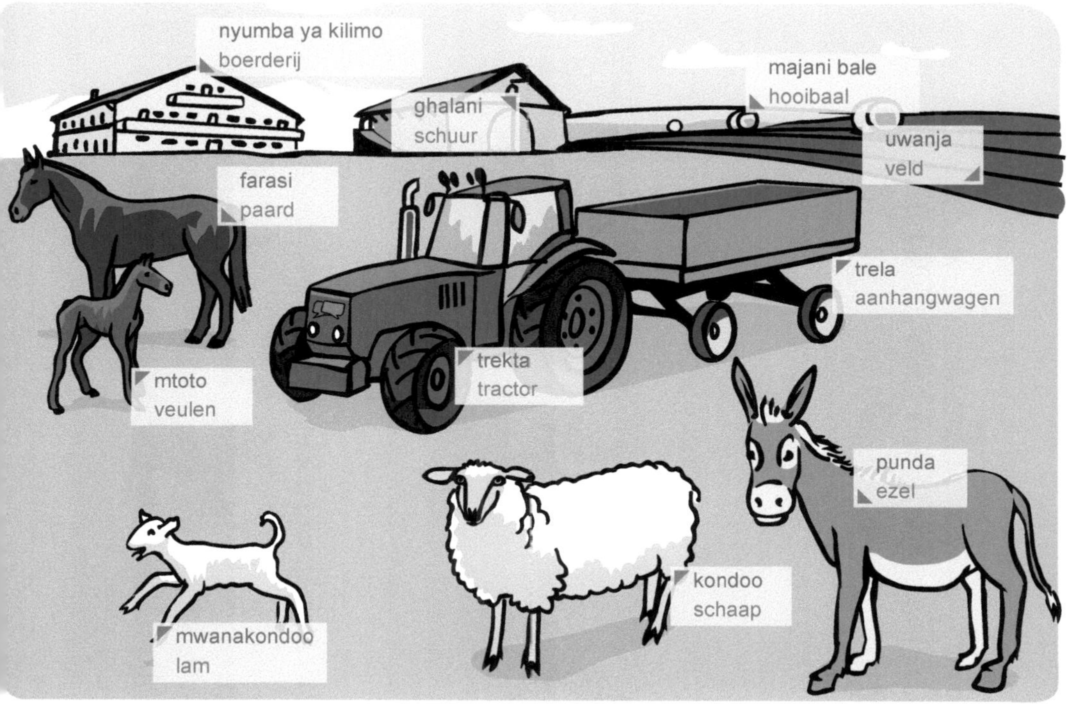

nyumba ya kilimo
boerderij
majani bale
hooibaal
ghalani
schuur
uwanja
veld
farasi
paard
trela
aanhangwagen
trekta
tractor
mtoto
veulen
punda
ezel
kondoo
schaap
mwanakondoo
lam


mbuzi

geit

ng'ombe

koe

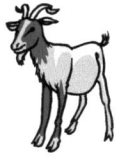

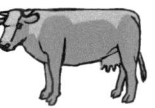

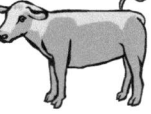

ndama

kalf

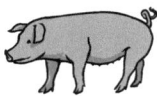

nguruwe

varken

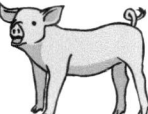

mwananguruwe

big

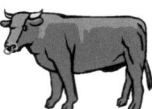

fahali

stier

batabukini

gans

bata

eend

kifaranga

kuiken

kuku

kip

jogoo

haan

panya

rat

paka

kat

panya

muis

ng'ombe

os

mbwa

hond

nyumba ya mbwa

hondenhok

bomba la bustani

tuinslang

debe la kumwagilia maji

gieter

fyekeo

zeis

kulima

ploeg

shamba - boerderij

mundu

sikkel

jembe

schoffel

uma wa nyasi

hooivork

shoka

bijl

toroli

kruiwagen

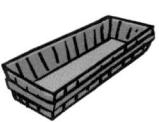

kupitia nyimbo

trog

chombo cha maziwa

melkbus

gunia

zak

ua

hek

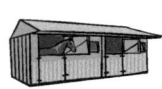

imara

stal

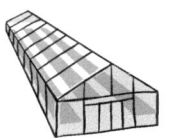

chafu

broeikas

udongo

grond

mbegu

zaad

mbolea

mest

kivunaji

maaidorser

mavuno

oogsten

mavuno

oogst

viazi vikuu

yam

ngano

tarwe

soya

soja

viazi

aardappel

mahindi

maïs

rapa

koolzaad

mti wa matunda

fruitboom

muhogo

maniok

nafaka

granen

# nyumba
## huis

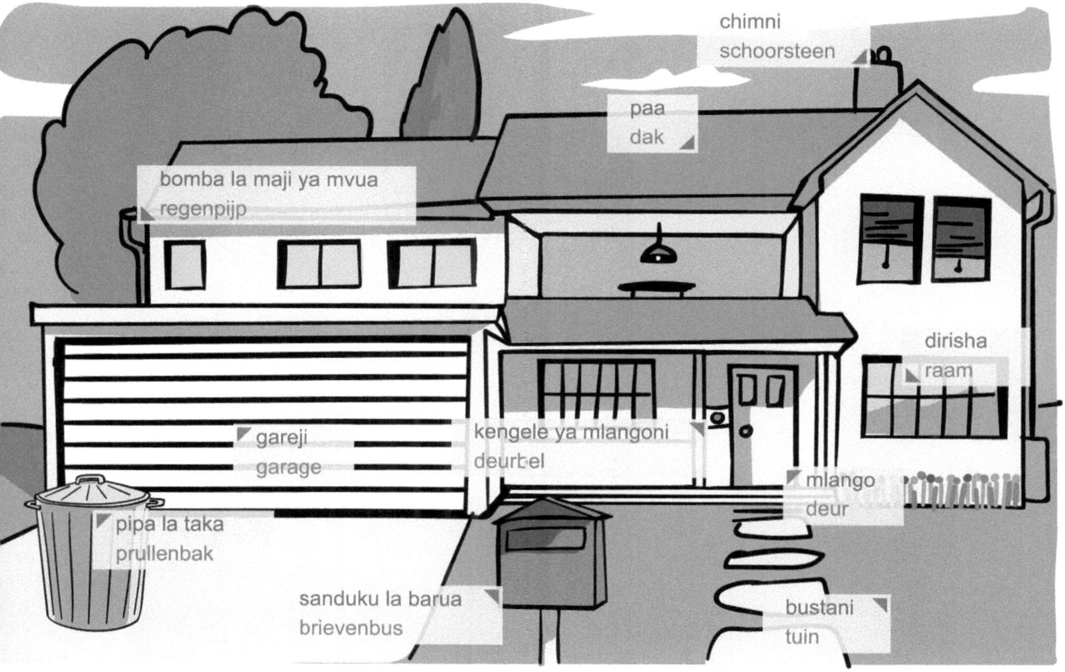

chimni
schoorsteen
paa
dak
bomba la maji ya mvua
regenpijp
dirisha
raam
gareji
garage
kengele ya mlangoni
deurbel
mlango
deur
pipa la taka
prullenbak
sanduku la barua
brievenbus
bustani
tuin


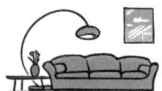

sebuleni

woonkamer

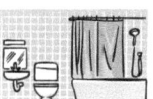

bafu

badkamer

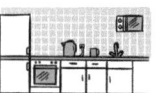

jikoni

keuken

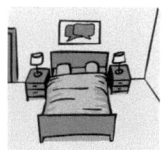

chumba cha kulala

slaapkamer

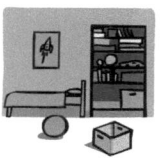

chumba ya mtoto

kinderkamer

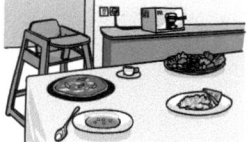

chumba cha kulia

eetkamer

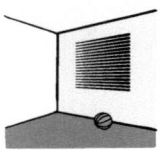

sakafu

vloer

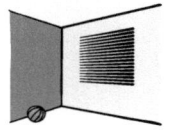

ukuta

muur

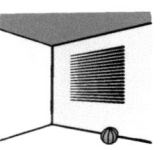

dari

plafond

pishi

kelder

sauna

sauna

roshani

balkon

mtaro

terras

kidimbwi

zwembad

mashine ya kukata nyasi

grasmaaier

karatasi

laken

kitambaa cha kupamba
kitanda

bedsprei

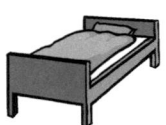

kitanda

bed

ufagio

bezem

ndoo

emmer

kubadili

schakelaar

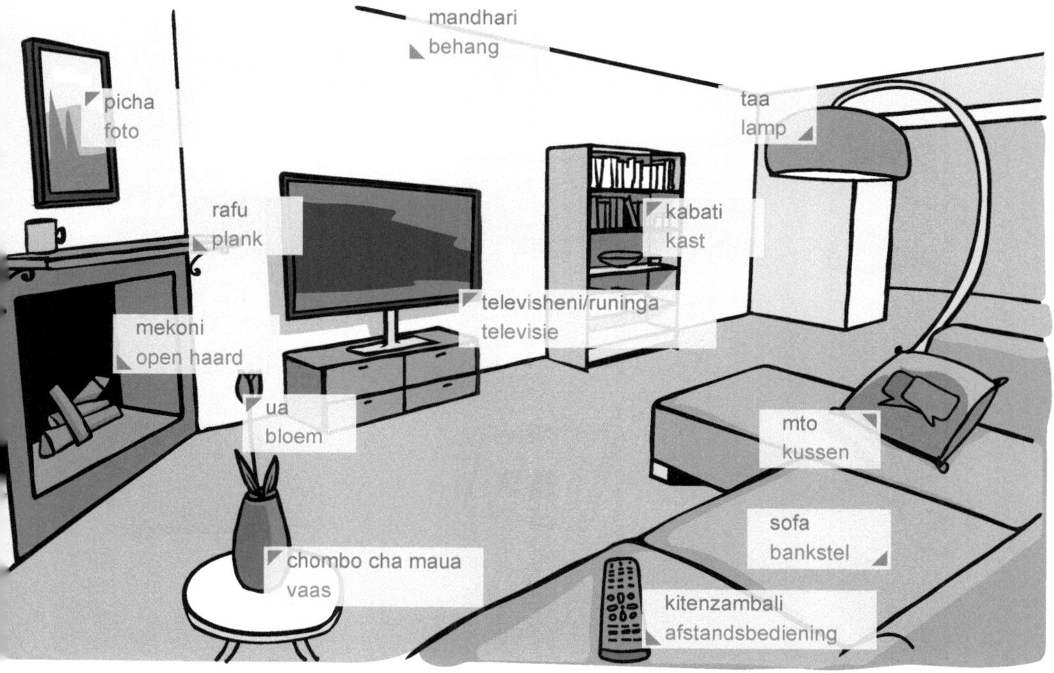

mandhari
behang

picha
foto

taa
lamp

rafu
plank

kabati
kast

mekoni
open haard

televisheni/runinga
televisie

ua
bloem

mto
kussen

sofa
bankstel

chombo cha maua
vaas

kitenzambali
afstandsbediening

zulia
tapijt

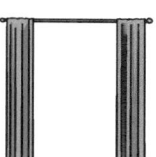

pazia
gordijn

meza
tafel

kiti
stoel

kiti cha bembea
schommelstcel

armchair
stoel

kitabu

boek

blanketi

deken

mapambo

decoratie

kuni

brandhout

filamu

film

kifaa cha hi-fi

stereo-installatie

ufunguo

sleutel

gazeti

krant

uchoraji

schilderij

bango

poster

redio

radio

daftari

kladblok

kifyonza

stofzuiger

dungusi kakati

cactus

mshumaa

kaars

# jikoni
## keuken

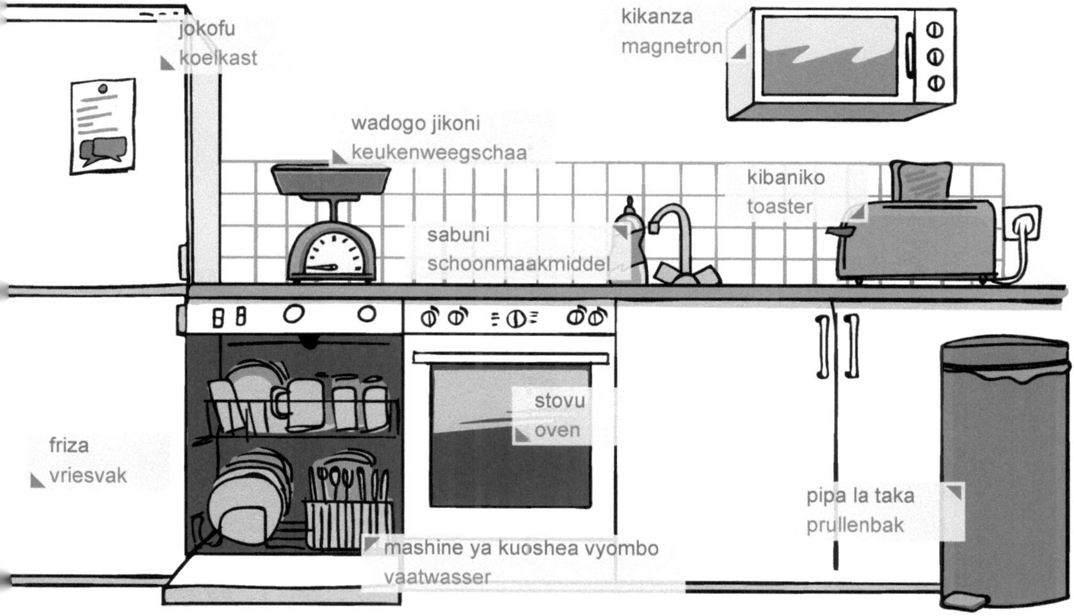

jokofu
koelkast
kikanza
magnetron
wadogo jikoni
keukenweegschaa
kibaniko
toaster
sabuni
schoonmaakmiddel
stovu
oven
friza
vriesvak
pipa la taka
prullenbak
mashine ya kuoshea vyombo
vaatwasser


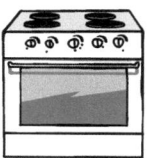

jiko la kupika
fornuis

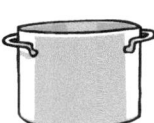

chungu
pan

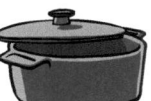

sufuria ya chuma
gietijzeren pan

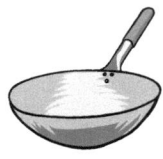

wok / kadai
wok / kadai

kaango
koekenpan

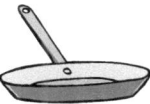

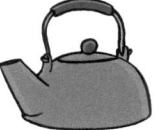

birika
ketel

stima

stoomkoker

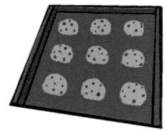

sinia ya kuoka

bakplaat

vyombo vya udongo

servies

kombe

beker

bakuli

kom

vijiti vya kulia

eetstokjes

ukawa

soeplepel

mwiko mpana

spatel

burashi

garde

kichujio

vergiet

chujio

zeef

mbuzi

rasp

chokaa

vijzel

barbeque

barbecue

moto wazi

vuurhaard

ubao wa majaribio

snijplank

kijiti cha kusukuma unga

deegroller

kizibuo

kurkentrekker

kopo

blik

inaweza kopo

blikopener

kishikio cha chungu

pannenlap

karo

wasbak

brashi

borstel

sifongo

spons

kisagaji matunda

blender

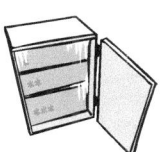

friji ya kina

vriezer

chupa ya mtoto

babyflesje

bomba

kraan

# bafu
# badkamer

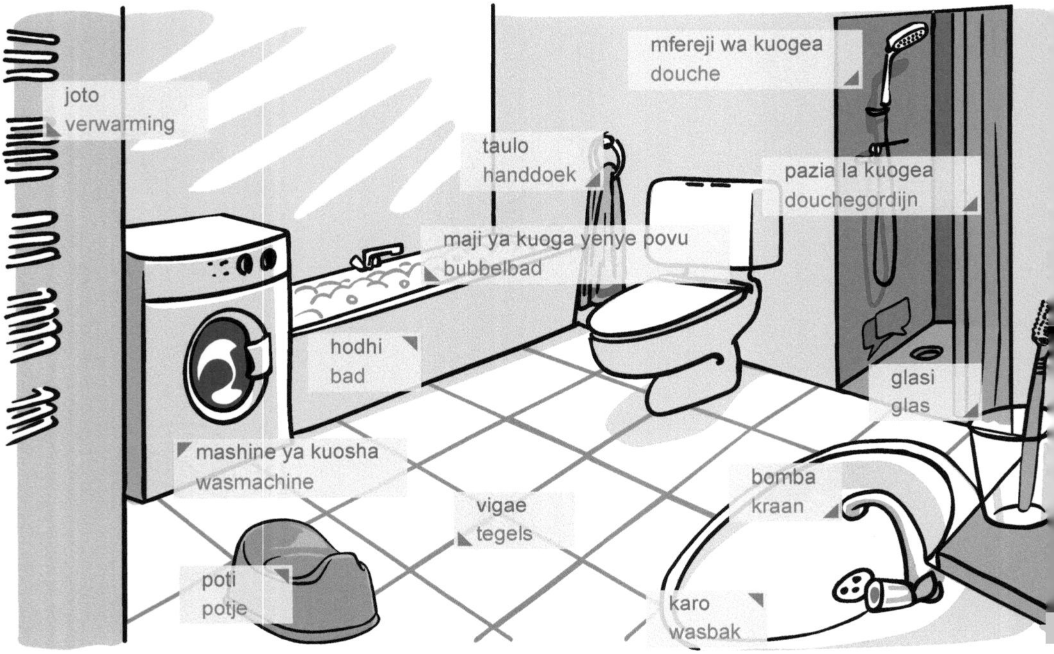

mfereji wa kuogea
douche
joto
verwarming
taulo
handdoek
pazia la kuogea
douchegordijn
maji ya kuoga yenye povu
bubbelbad
hodhi
bad
glasi
glas
mashine ya kuosha
wasmachine
bomba
kraan
vigae
tegels
poti
potje
karo
wasbak


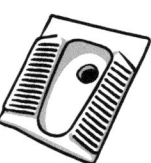

choo
toilet

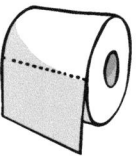

choo cha squat
hurktoilet

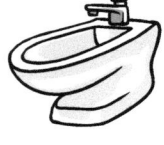

beseni la mviringo
bidet

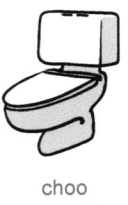

choo cha umma
urinoir

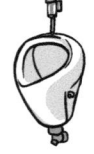

shashi
toiletpapier

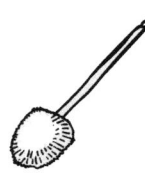

brashi ya choo
toiletborstel

mswaki

tandenborstel

dawa ya meno

tandpasta

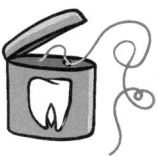

dawa ya meno

flosdraad

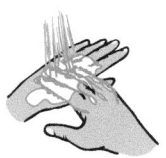

safisha

wassen

kuoga mkono

handdouche

msukumo wa maji

toiletdouche

bonde

waskom

mpako wa pili

rugborstel

sabuni

zeep

jeli ya kuogea

douchegel

shampuu

shampoo

flana

washanje

toa maji

afvoer

krimu

creme

kiondoa harufu

deodorant

bafu - badkamer

39

kioo
spiegel

kioo mkono
make-upspiegel

kinyozi
scheermes

povu la kunyoa
scheerschuim

baada ya kunyoa
aftershave

kichana
kam

brashi
borstel

kikausha nywele
haardroger

marashi ya nyewele
haarspray

vipodozi
make-up

kidomwa
lippenstift

varnish ya msumari
nagellak

pamba
watten

mkasi wa kucha
nagelschaartje

manukato
parfum

bafu - badkamer

mkoba wa kuosha
toilettas

kinyesi
kruk

mizani
weegschaal

nguo ya kuoga
badjas

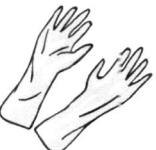

glavu za mpira
rubber handschoenen

kisodo
tampon

sodo
maandverband

kemikali choo
chemisch to let

# chumba ya mtoto
# kinderkamer

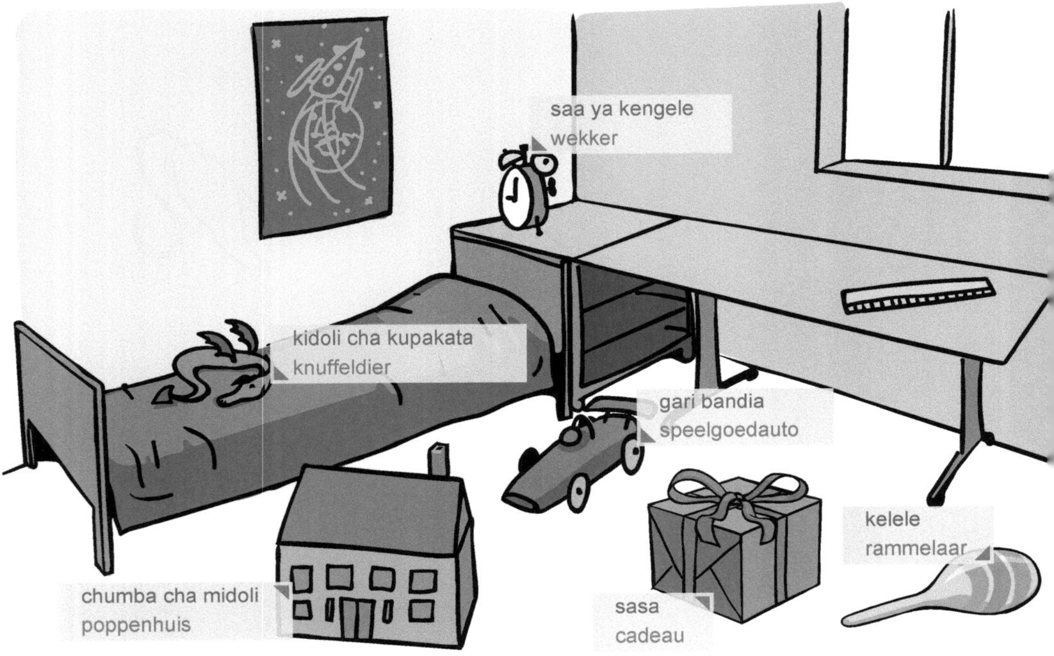

saa ya kengele
wekker
kidoli cha kupakata
knuffeldier
gari bandia
speelgoedauto
kelele
rammelaar
chumba cha midoli
poppenhuis
sasa
cadeau


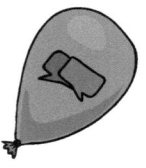

baluni

ballon

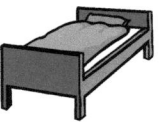

kitanda

bed

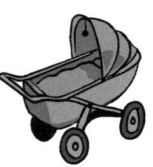

mashua

kinderwagen

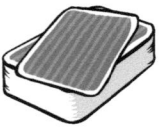

staha ya kadi

kaartspel

mchezo-fumb

puzzel

SUPER MEGA


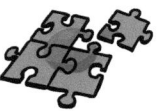

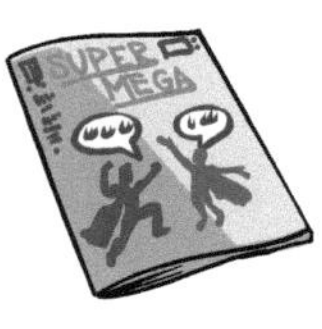

vichekesho

stripverhaal

matofali lego

legostenen

vitalu mwigo

speelgoedblokken

hatua takwimu

actiefiguurtje

suti ya kulalia

romper

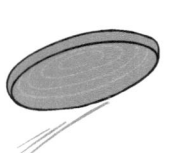

kisahani

frisbee

simu

mobile

ubao wa michezo

bordspel

kete

dobbelsteen

garimoshi mwigo

modeltrein

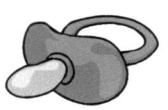

dummy

speen

chama

feestje

picha kitabu

prentenboek

mpira

bal

kikaragosi

pop

kucheza

spelen

chumba ya mtoto - kinderkamer

shimo la mchanga

zandbak

bembea

schommel

vitu bandia

speelgoed

kiweko cha video ya mchezo

spelcomputer

baiskeli ya magurudumu

driewieler

matatu

mwanasesere

teddybeer

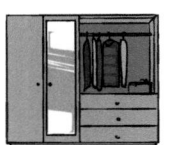

kabati

kleerkast

## nguo
## kleding

soksi

sokken

stokingi

kousen

kibano

panty

skafu
sjaal

ukanda
riem

mwavuli
paraplu

fulana
T-shirt

viatu
laarzen

wakufunzi
sportschoenen

ndara
pantoffels

malapa
sandalen

viatu
schoenen

mabuti ya mpira
rubberlaarzen

suruali ya ndani
onderbroek

sidiria
beha

fulana
onderhemd

mwili

body

suruali

broek

dangirizi

spijkerbroek

sketi

rok

blauzi

blouse

shati

overhemd

vuta

trui

sweta

hoody

bleza

blazer

jaketi

jas

koti

mantel

koti la mvua

regenjas

maleba

kostuum

gauni

jurk

mavazi ya harusi

trouwjurk

suti

pak

vazi la usiku

nachthemd

pajama

pyjama

sari

sari

skafu

hoofddoek

kilemba

tulband

burka

boerka

kaftan

kaftan

abaya

abaja

vazi la kuogelea

zwempak

vazi la kiume la kuogelea

zwembrcek

kaptura

korte broek

teitei

trainingspak

aproni

schort

glavu

handschoenen

kifungo

knoop

glasi

bril

bangili

armband

mkufu

ketting

pete

ring

herini

oorbel

kofia

pet

kiango cha koti

kledinghanger

kofia

hoed

tai

stropdas

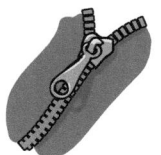

zipu

rits

kofia

helm

kanda za suruali

bretels

sare za shule

schooluniform

sare

uniform

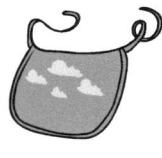

bibu

slabbetje

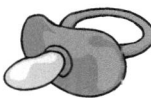

dummy

speen

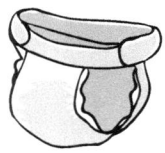

nepi

luier

# ofisi

# kantoor

seva
server
kabati la kuweka faili
archiefkast
kichapishaji
printer
karatasi
papier
kiwambo
beeldscherm
kipanya
muis
dawati
bureau
folda
map
kibodi
toetsenbord
cha kuweka karatasi chafu
mand
kiti
stoel
kompyuta
computer

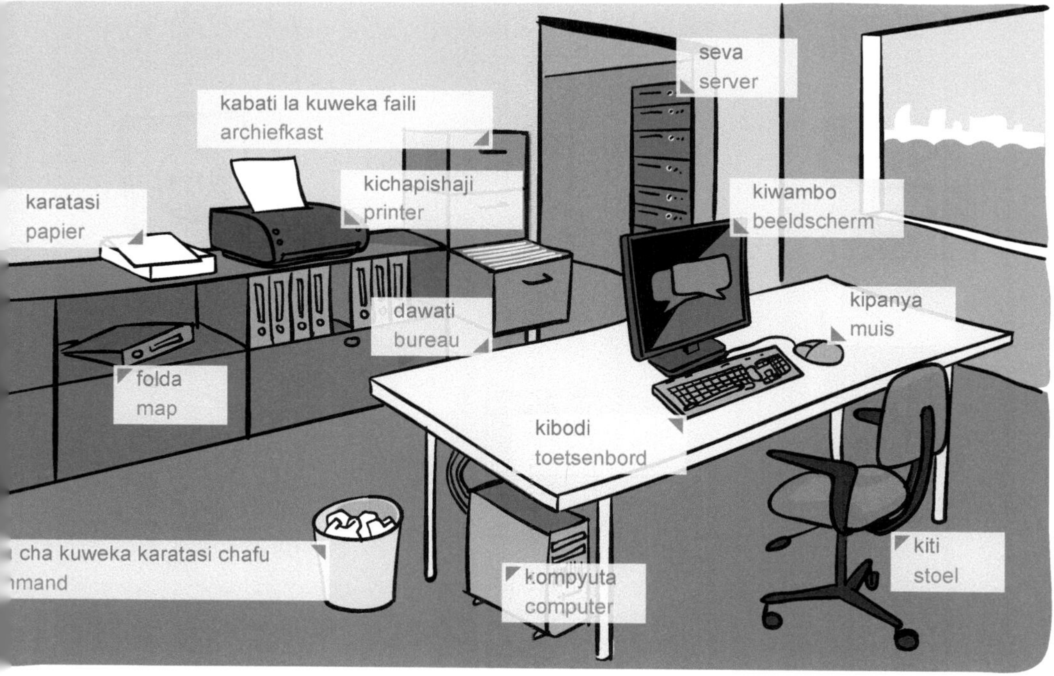

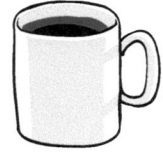

kmobe la kahawa

koffiemok

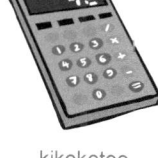

kikokotoo

rekenmachine

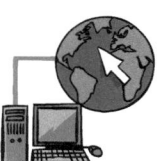

biashara

internet

mbali

laptop

barua

brief

ujumbe

bericht

rununu

mobiele telefoon

intaneti

netwerk

fotokopia

kopieermachine

programu

software

simu

telefoon

soketi

stopcontact

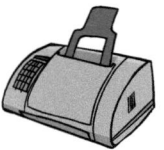

kipepesi

fax

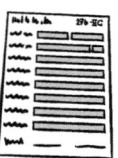

fomu

formulier

hati

document

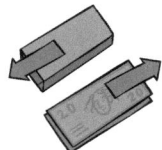

kununua

kopen

kulipa

betalen

biashara

handel drijven

fedha

geld

dola

dollar

yuro

euro

yeni

yen

rouble

roebel

faranga ya Uswisi

Zwitserse frank

renminbi yuan

renminbi yuan

rupia

roepie

eneo la kulipia

geldautomaat

ofisi ya ubadilishanaji

wisselkantoor

dhahabu

goud

fedha

zilver

mafuta

olie

nishati

energie

bei

prijs

mkataba

contract

kodi

belasting

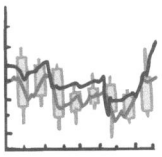

bidhaa

aandeel

kazi

werken

mfanyakazi

werknemer

mwajiri

werkgever

kiwanda

fabriek

duka

winkel

uchumi - economie

afisa wa polisi
politieagent

mzimamoto
brandweerman

mpishi
kok

daktari
dokter

rubani
piloot

mtunza bustani

tuinman

seremala

timmerman

mshonaji

naaister

hakimu

rechter

mwanakemia

scheikundige

muigizaji

toneelspeler

dereva wa basi

buschauffeur

dereva wa teksi

taxichauffeur

mvuvi

visser

mwanamke wa kusafisha

schoonmaakster

mwezekaji

dakdekker

mhudumu

ober

mwindaji

jager

mchoraji

schilder

mwokaji

bakker

umeme

elektricien

mjenzi

bouwvakker

mhandisi

ingenieur

mchinjaji

slager

fundi bomba

loodgieter

mwanaposta

postbode

kazi - beroepen

mwanajeshi
soldaat

msanifu majengo
architect

keshia
kassier

muuza maua
bloemist

msusi
kapper

kondakta
conducteur

mekanika
monteur

nahodha
kapitein

daktari wa meno
tandarts

mwanasayansi
wetenschapper

rabbi
rabbi

imamu
imam

mtawa
monnik

kasisi
pastoor

# zana
# gereedschap

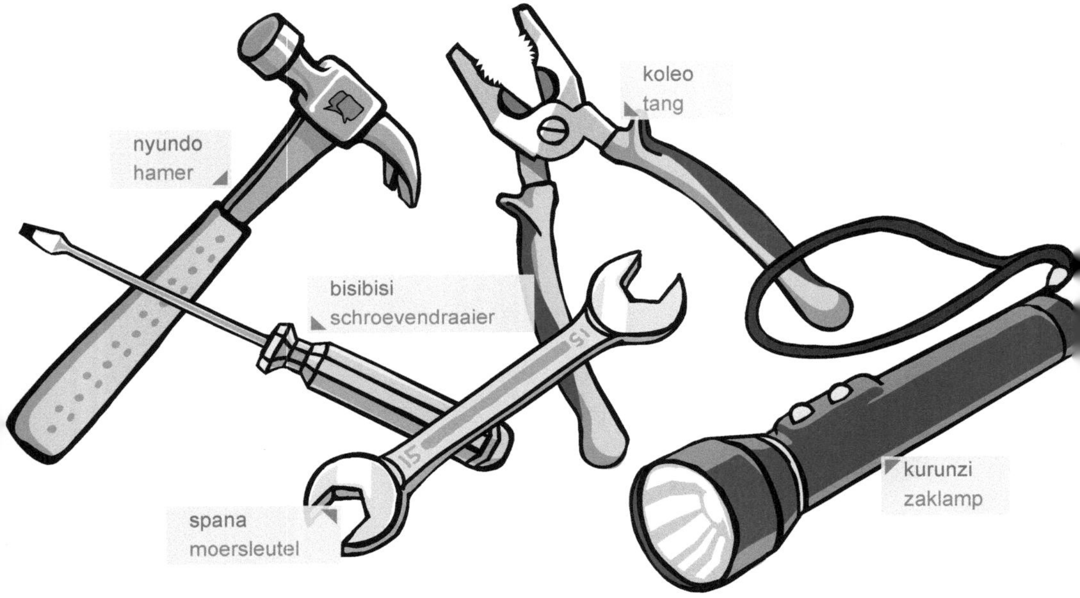

koleo
tang
nyundo
hamer
bisibisi
schroevendraaier
spana
moersleutel
kurunzi
zaklamp


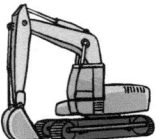

mchimbaji

graafmachine

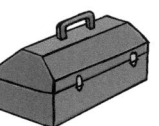

sanduku la vifaa

gereedschapskist

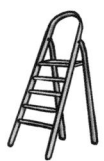

ngazi

ladder

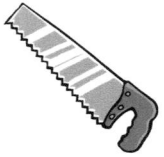

msumeno

zaag

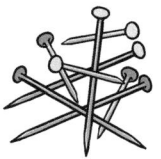

misumari

spijkers

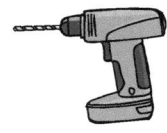

kuchimba visima

boor

kukarabati
repareren

sepetu
schep

Lo!
Verdorie!

kishikio cha uchafu
stofblik

chungu cha rangi
verfpot

skurubu
schroeven

# ala za muziki
## muziekinstrumenten

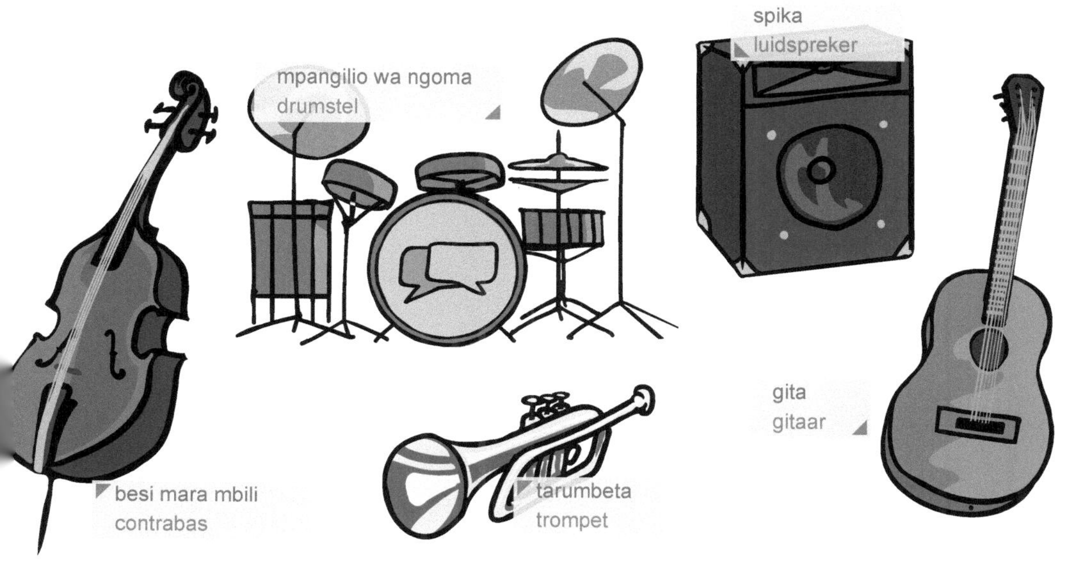

mpangilio wa ngoma
drumstel

spika
luidspreker

gita
gitaar

besi mara mbili
contrabas

tarumbeta
trompet

piano
piano

fidla
viool

ubeji
bas

timpani
pauk

ngoma
trommel

kibodi
keyboard

saksafoni
saxofoon

filimbi
fluit

maikrofoni
microfoon

# bustani ya wanyama
# dierentuin

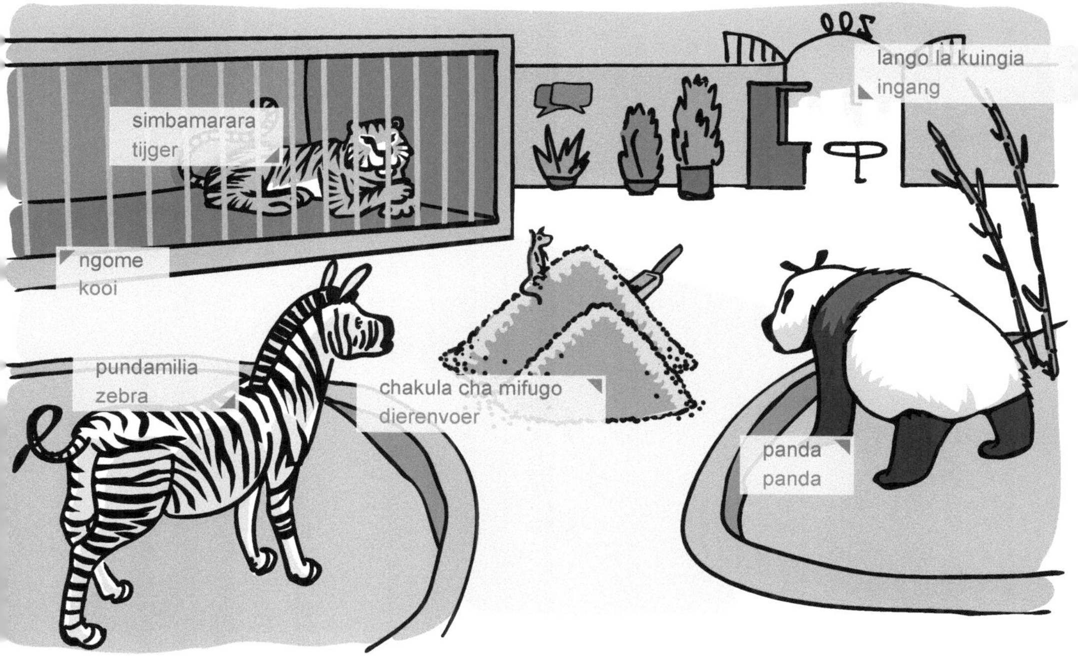
simbamarara
tijger
lango la kuingia
ingang
ngome
kooi
pundamilia
zebra
chakula cha mifugo
dierenvoer
panda
panda

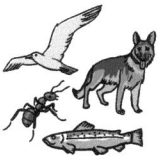

wanyama
dieren

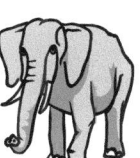

tembo
olifant

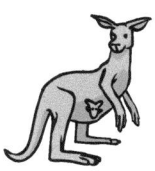

kangaruu
kangoeroe

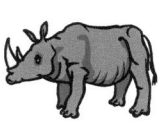

kifaru
neushoorn

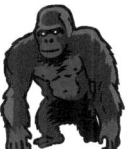

sokwe
gorilla

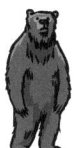

dubu
beer

ngamia

kameel

mbuni

struisvogel

simba

leeuw

tumbili

aap

heroe

flamingo

kasuku

papegaai

dubu

ijsbeer

penguini

pinguïn

papa

haai

tausi

pauw

nyoka

slang

mamba

krokodil

mtunza wanyama

dierenverzorger

muhuri

zeehond

jaguar

jaguar

mwanafarasi

pony

chui

luipaard

kiboko

nijlpaard

twiga

giraffe

tai

adelaar

nguruwe mwitu

wild zwijn

samaki

vis

kobe

schildpad

sili

walrus

mbweha

vos

paa

gazelle

soka ya marekani
American football

uendeshaji baiskeli
wielrennen

tenisi
tennis

mpira wa kikapu
basketbal

kuogelea
zwemmen

ndondi
boksen

magongo ya barafuni
ijshockey

soka
voetbal

vinyoya
badminton

riadha
atletiek

mpira wa mikono
handbal

skii
skiën

polo
polo

# shughuli

## activiteiten

cheka
lachen
kuruka
springen
kumbatia
knuffelen
kutembea
lopen
kuimba
zingen
ota ndoto
dromen
kuomba
bidden
busu
kussen

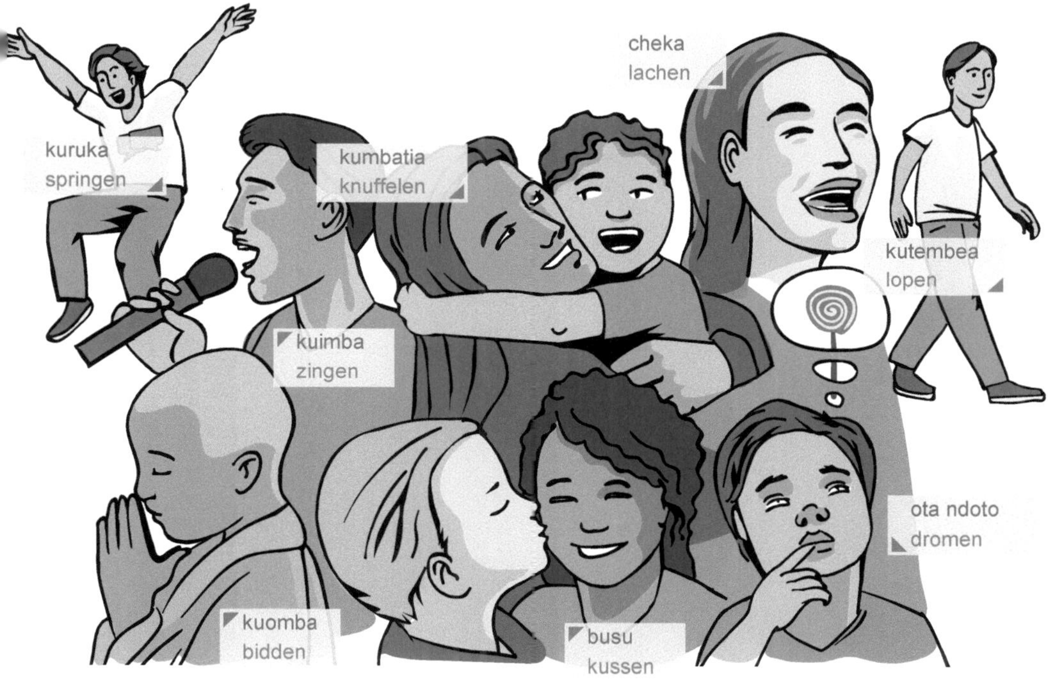

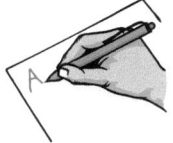

kuandika
schrijven

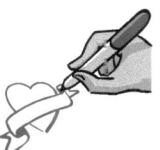

kuteka
tekenen

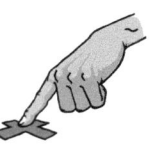

angalia
tonen

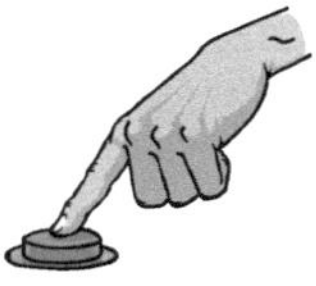

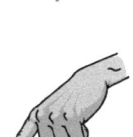

sukuma
duwen

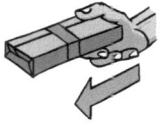

kutoa
geven

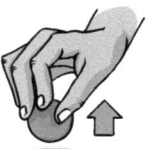

kuchukua
oppakken

kuwa
hebben

fanya
doen

kuwa
zijn

kusimama
staan

kukimbia
rennen

vuta
trekken

kutupa
gooien

kuanguka
vallen

hadaa
liggen

kusubiri
wachten

kubeba
dragen

kukaa
zitten

vaa nguo
aankleden

usingizi
slapen

kuamka
wakker worden

kuangalia

bekijken

lia

huilen

kiharusi

strelen

chana nywele

kammen

ongea

praten

kuelewa

begrijpen

kuuliza

vragen

kusikiliza

horen

kunywa

drinken

kula

eten

nadhifisha

opruimen

upendo

houden van

mpishi

koken

gari

rijden

kuruka

vliegen

meli
zeilen

kokotoa
rekenen

kusoma
lezen

kujifunza
leren

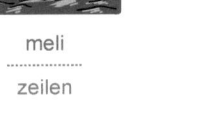

kazi
werken

kuoa
trouwen

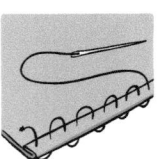

kushona
naaien

piga mswaki
tandenpoetsen

kuua
doden

moshi
roken

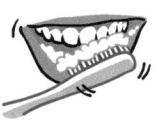

kutuma
verzenden

shughuli - activiteiten

# familia

# familie

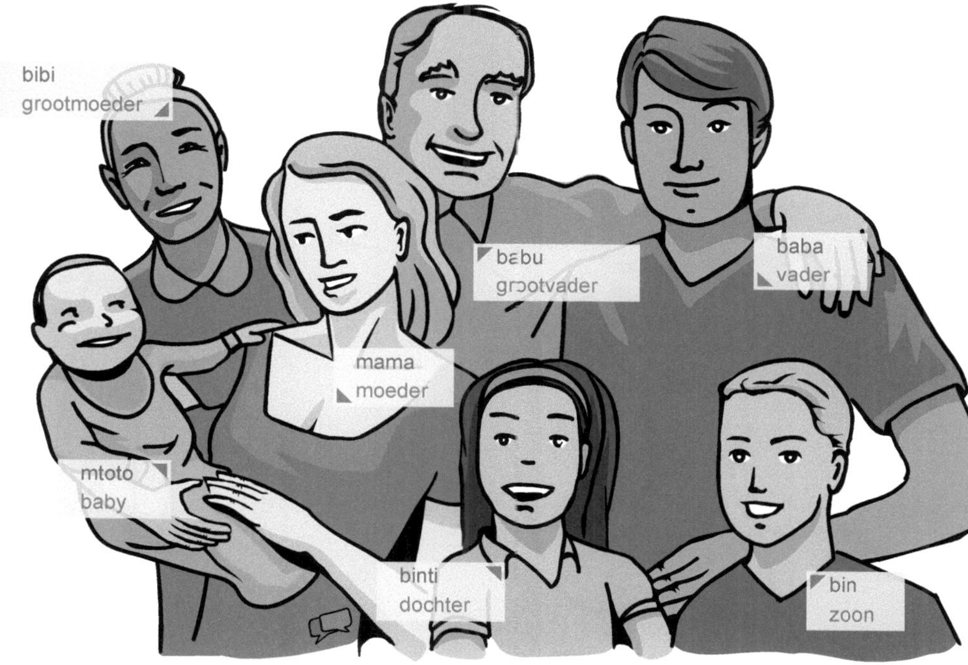
bibi
grootmoeder
bɛbu
grɔotvader
baba
vader
mama
moeder
mtoto
baby
binti
dochter
bin
zoon

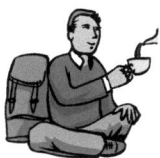

mgeni

gast

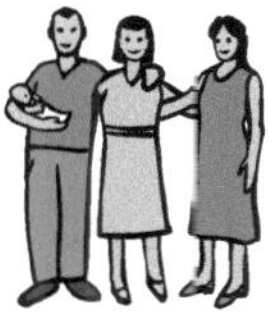

shangazi

tante

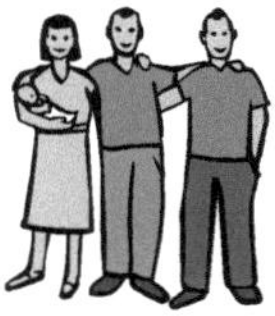

mjomba

oom

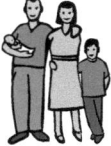

kaka

broer

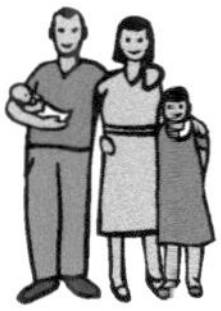

dada

zus

# mwili
# lichaam

paji la uso
voorhoofd
jicho
oog
bega
schouder
kidole
vinger
uso
gezicht
kidevu
kin
mkono
hand
mguu
been
matiti
borst
mkono
arm

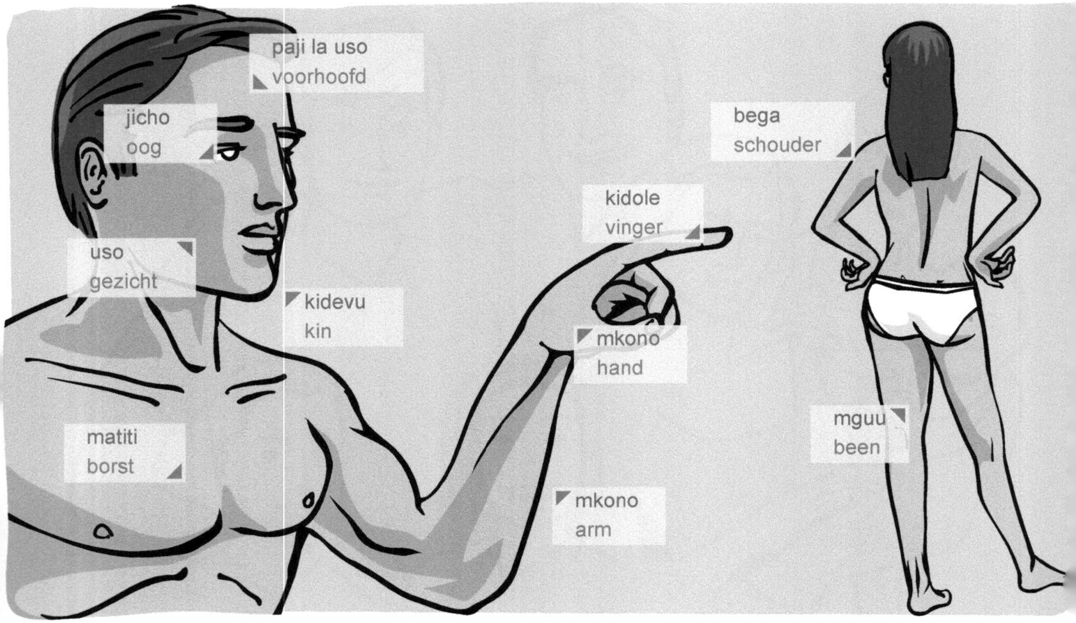

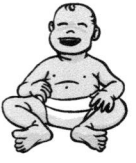

mtoto

baby

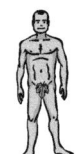

mwanamume

man

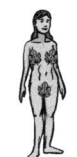

mwanamke

vrouw

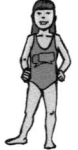

msichana

meisje

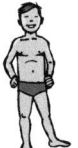

mvulana

jongen

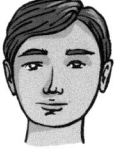

kichwa

hoofd

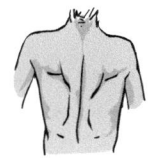

nyuma
rug

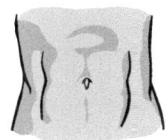

tumbo
buik

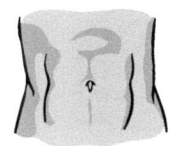

kitovu
navel

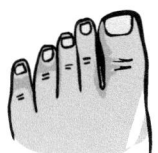

chano
teen

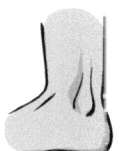

kisigino
hiel

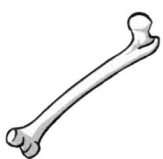

mfupa
bot

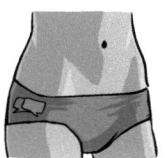

nyonga
heup

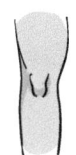

goti
knie

kiwiko
elleboog

pua
neus

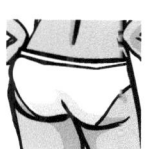

chini
achterwerk

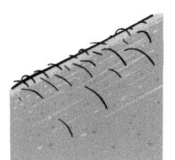

ngozi
huid

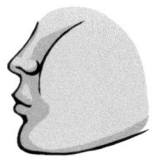

shavu
wang

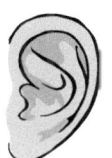

sikio
oor

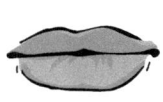

mdomo
lippen

kinywa

mond

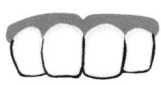

jino

tand

ulimi

tong

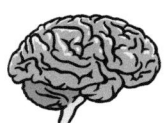

ubongo

hersenen

moyo

hart

misuli

spier

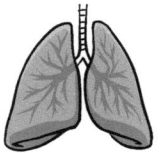

pafu

long

ini

lever

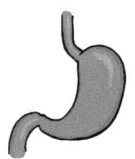

tumbo

maag

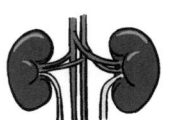

figo

nieren

jinsia

geslachtsgemeenschap

kondomu

condoom

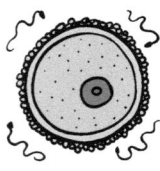

ovari

eicel

shahawa

sperma

mimba

zwangerschap

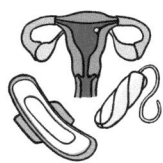

hedhi

menstruatie

uke

vagina

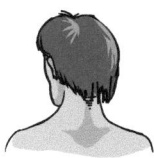

uume

penis

unyusi

wenkbrauw

nywele

haar

shingo

hals

# hospitali
# ziekenhuis

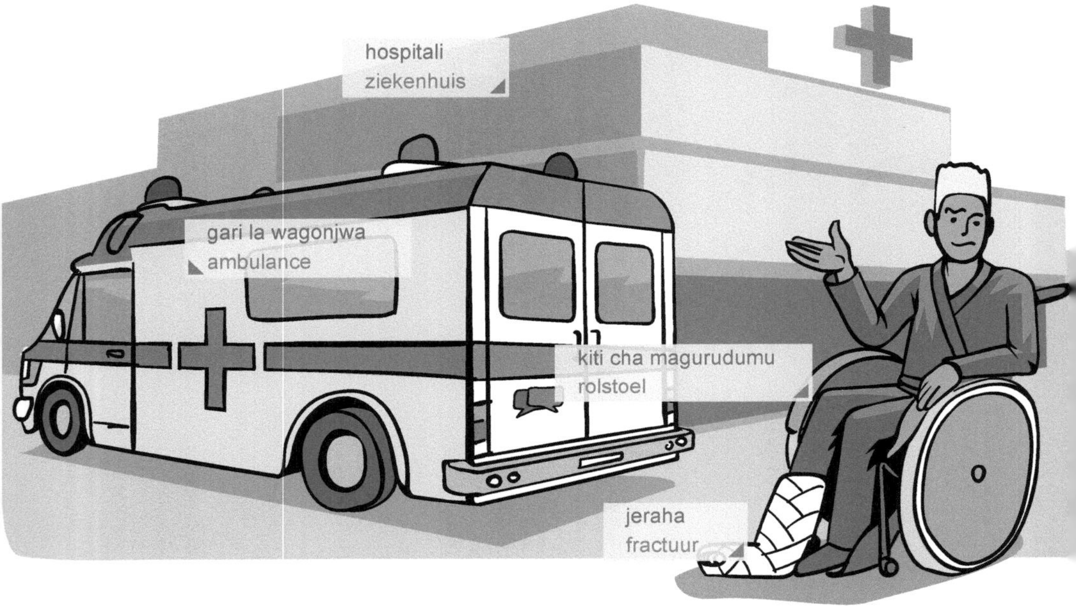

hospitali
ziekenhuis
gari la wagonjwa
ambulance
kiti cha magurudumu
rolstoel
jeraha
fractuur

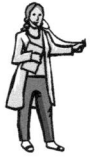

daktari

dokter

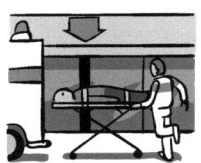

chumba cha dharura

EHBO

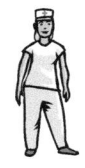

muuguzi

verpleegster

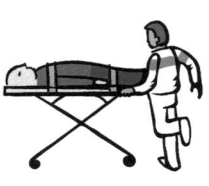

dharura

noodgeval

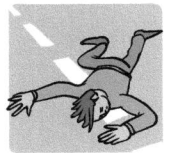

kupoteza fahamu

bewusteloos

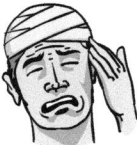

maumivu

pijn

kuumia

verwonding

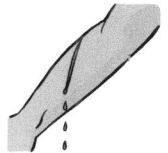

kutokwa na damu

bloeding

mshtuko wa moyo

hartaanval

kiharusi

beroerte

mzio

allergie

kikohozi

hoest

homa

koorts

mafua

griep

kuharisha

diarree

maumivu ya kichwa

hoofdpijn

kansa

kanker

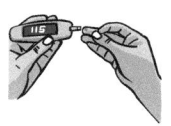

ugonjwa wa kisukari

diabetes

daktari mpasuaji

chirurg

kisu kidogo cha kupasulia

scalpel

operesheni

operatie

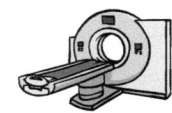

picha changanufu ya mwili

CT

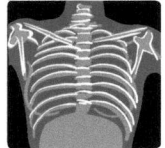

Eksrei

röntgen

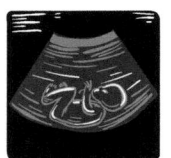

mawimbi sauti

echografie

barakoa ya uso

gezichtsmasker

ugonjwa

ziekte

chumba cha kusubiri

wachtkamer

mkongojo

kruk

plasta

pleister

bendeji

verband

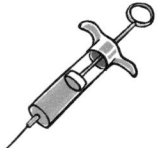

sindano

injectie

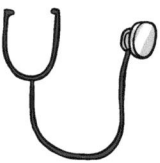

stetoskopu

stethoscoop

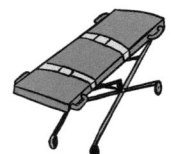

machela

brancard

kipimajoto cha kliniki

thermometer

kuzaliwa

geboorte

unene kupita kiasi

overgewicht

hospitali - ziekenhuis

kusikia misaada

gehoorapparaat

kipukusi

ontsmettingsmiddel

maambukizi

infectie

virusi

virus

VVU / UKIMWI

HIV / AIDS

dawa

medicijn

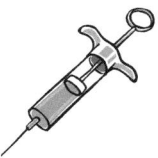

chanjo

inenting

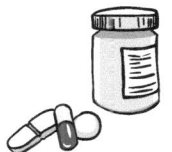

vidonge

tabletten

kidonge

pil

simu ya dharura

alarmnummer

haemodainamometa

bloeddrukmeter

mgonjwa / mwenye afya

ziek / gezond

Msaada!

Help!

kengele

alarm

pigo

overval

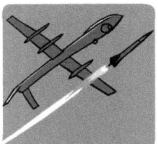

shambulizi

aanval

hatari

gevaar

lango la dharura

nooduitgang

Moto!

Brand!

kizima moto

brandblusser

ajali

ongeluk

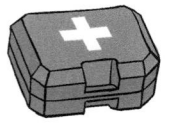

vifaa vya huduma ya kwanza

EHBO-koffer

wito wa msaada

SOS

polisi

politie

Ulaya

Europa

Amerika ya Kaskazini

Noord-Amerika

Amerika ya Kusini

Zuid-Amerika

Afrika

Afrika

Asia

Azië

Australia

Australië

Atlantiki

Atlantische Oceaan

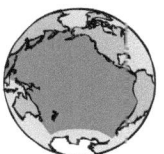

Pasifiki

Stille Oceaan

Bahari ya Hindi

Indische Oceaan

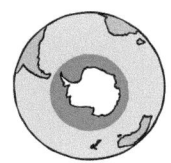

Bahari ya Antaktiki

Zuidelijke Oceaan

Bahari ya Aktiki

Noordelijke IJszee

Ncha ya Kaskazini

Noordpool

Ncha ya Kusini

Zuidpool

Antaktika

Antarctica

dunia

aarde

nchi

land

bahari

zee

kisiwa

eiland

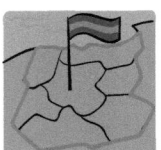

taifa

natie

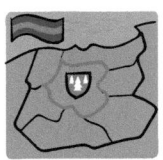

jimbo

staat

uso wa saa

wijzerplaat

akrabu ya saa

uurwijzer

akrabu ya dakika

minutenwijzer

akrabu ya sekunde

secondewijzer

Ni saa ngapi?

Hoe laat is het?

siku

dag

wakati

tijd

sasa

nu

saa ya dijitali

digitaal horloge

dakika

minuut

saa

uur

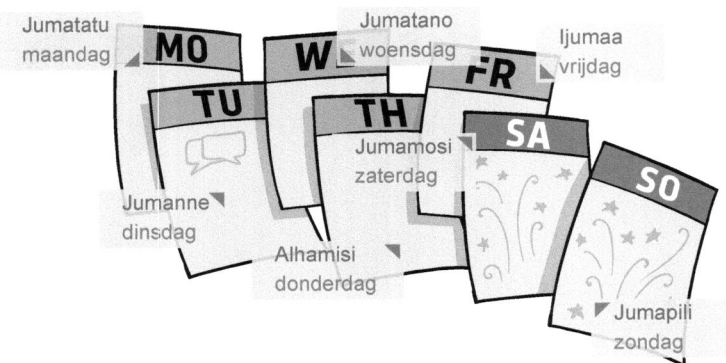

Jumatatu maandag
Jumatano woensdag
Ijumaa vrijdag
Jumanne dinsdag
Jumamosi zaterdag
Alhamisi donderdag
Jumapili zondag

jana
gisteren

leo
vandaag

kesho
morgen

asubuhi
ochtend

saa sita mchana
middag

jioni
avond

| MO | TU | WE | TH | FR | SA | SU |
|----|----|----|----|----|----|----|
| 1  | 2  | 3  | 4  | 5  | 6  | 7  |
| 8  | 9  | 10 | 11 | 12 | 13 | 14 |
| 15 | 16 | 17 | 18 | 19 | 20 | 21 |
| 22 | 23 | 24 | 25 | 26 | 27 | 28 |
| 29 | 30 | 31 | 1  | 2  | 3  | 4  |

siku za biashara
werkdagen

| MO | TU | WE | TH | FR | SA | SU |
|----|----|----|----|----|----|----|
| 1  | 2  | 3  | 4  | 5  | 6  | 7  |
| 8  | 9  | 10 | 11 | 12 | 13 | 14 |
| 15 | 16 | 17 | 18 | 19 | 20 | 21 |
| 22 | 23 | 24 | 25 | 26 | 27 | 28 |
| 29 | 30 | 31 | 1  | 2  | 3  | 4  |

mwishoni mwa wiki
weekend

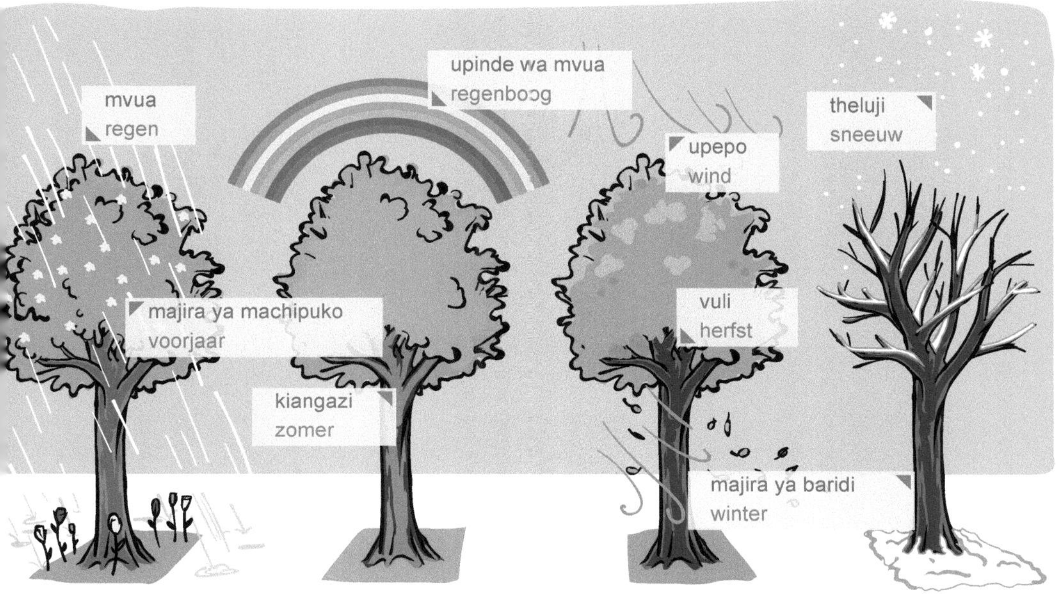

mvua
regen
upinde wa mvua
regenboog
theluji
sneeuw
upepo
wind
majira ya machipuko
voorjaar
vuli
herfst
kiangazi
zomer
majira ya baridi
winter


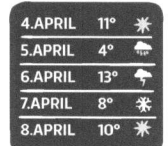

4.APRIL 11°
5.APRIL 4°
6.APRIL 13°
7.APRIL 8°
8.APRIL 10°


utabiri wa hali ya hewa

weerbericht

F
C
120
90
60
30
0
-30
40
30
20
10
0
-10
-20


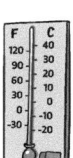

kipimajoto

thermometer

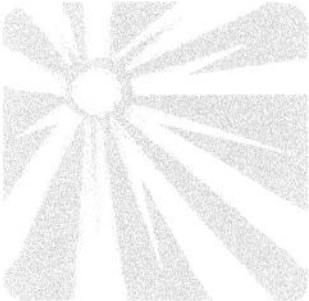

mwanga wa jua

zonneschijn

wingu

wolk

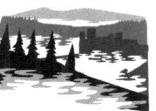

ukungu

mist

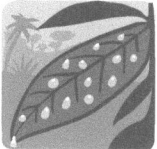

unyevu

luchtvochtigheid

umeme
............
bliksem

radi
............
donder

dhoruba
............
storm

mvua ya mawe
............
hagel

monsuni
............
moesson

mafuriko
............
overstroming

barafu
............
ijs

Januari
............
januari

Februari
............
februari

Machi
............
maart

Aprili
............
april

Mei
............
mei

Juni
............
juni

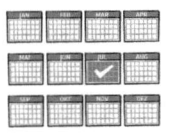

Julai
............
juli

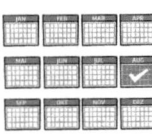

Agosti
............
augustus

Septemba

september

Oktoba

oktober

Novemba

november

Desemba

december

# maumbo

## vormen

mduara

cirkel

mraba

vierkant

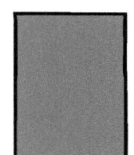

mstatili

rechthoek

pembetatu

driehoek

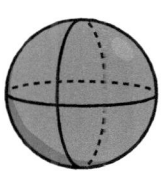

nyanja

bol

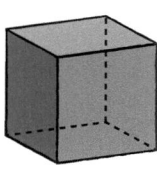

mchemraba

kubus

nyeupe

wit

manjano

geel

chungwa

oranje

rangi ya waridi

roze

nyekundu

rood

hudhurungi

paars

bluu

blauw

kijani

groen

hanja

bruin

jivujivu

grijs

nyeusi

zwart

mengi / kidogo

veel / weinig

hasira / po e

boos / rust g

nzuri / mbaya

mooi / lelijk

mwanzo / mwisho

begin / einde

kubwa / ndcgo

groot / klein

angavu / giza

licht / donker

kaka / dada

broer / zus

safi / chafu

schoon / vies

kamilika / tokamilika

volledig / onvolledig

siku / usiku

dag/ nacht

wafu / ha

dood / levend

pana / nyembamba

breed / smal

kulika / kutolika

eetbaar / oneetbaar

ovu / ema

gemeen / aardig

sisimkwa / udhika

opgewonden / verveeld

nene / nyembamba

dik / dun

kwanza / mwisho

eerste / laatste

rafiki / adui

vriend / vijand

jaa / tupu

vol / leeg

ngumu / laini

hard / zacht

nzito / nyepesi

zwaar / licht

njaa / kiu

honger / dorst

mgonjwa / mwenye afya

ziek / gezond

haramu / kisheria

illegaal / legaal

akili / kijinga

intelligent / dom

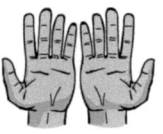

kushoto / kulia

links / rechts

karibu / mbali

dichtbij / ver

**mpya / kutumika**
nieuw / gebruikt

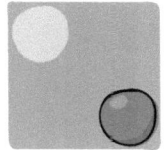

**kitu / jambo**
niets / iets

**zee / changa**
oud / jong

**waka / zima**
aan / uit

**wazi / fungwa**
open / gesloten

**utulivu / kelele**
zacht / luid

**tajiri / masikini**
rijk / arm

**sahihi / kosa**
goed / fout

**mbaya / laini**
ruw / glad

**huzunika / furahia**
verdrietig / gelukkig

**fupi /ndefu**
kort / lang

**polepole / haraka**
langzaam / snel

**nyevu / kavu**
nat / droog

**joto / baridi**
warm / koel

**vita / amani**
oorlog / vrede

**0**

sufuri

nul

**1**

moja

één

**2**

mbili

twee

**3**

tatu

drie

**4**

nne

vier

**5**

tano

vijf

**6**

sita

zes

**7**

saba

zeven

**8**

nane

acht

**9**

tisa

negen

**10**

kumi

tien

**11**

kumi na moja

elf

## 12

kumi na mbili

twaalf

## 13

kumi na tatu

dertien

## 14

kumi na nne

veertien

## 15

kumi na tano

vijftien

## 16

kumi na sita

zestien

## 17

kumi na saba

zeventien

## 18

kumi na nane

achttien

## 19

kumi na tisa

negentien

## 20

ishirini

twintig

## 100

mia

honderd

## 1.000

elfu

duizend

## 1.000.000

milioni

miljoen

Kiingereza

Engels

Kiingereza cha Marekani

Amerikaans Engels

Kimandarini cha Uchina

Chinees Mandarijn

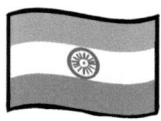

Kihindi

Hindi

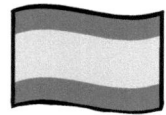

Kihispania

Spaans

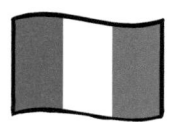

Kifaransa

Frans

Kiarabu

Arabisch

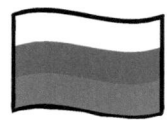

Kirusi

Russisch

Kireno

Portugees

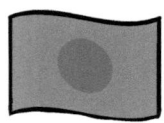

Kibengali

Bengalees

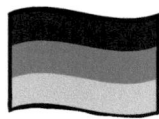

Kijerumani

Duits

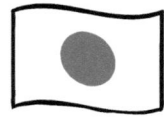

Kijapani

Japans

mimi

ik

wewe

jij

yeye / yeye / ni

hij / zij / het

sisi

wij

wewe

jullie

wao

zij

nani?

wie?

nin ?

wat?

jinsi gani?

hoe?

wapi?

waar?

lini?

wanneer?

jina

naam

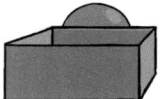

nyuma

achter

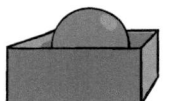

katika

in

mbele ya

voor

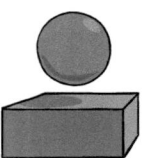

juu ya

boven

kwenye

op

chini ya

onder

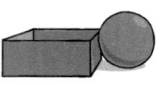

kando

naast

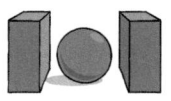

kati

tussen

mahali

plaats